அவளும் நானும்

கற்பனையில் ஓர் காதல்

Published By

www.poetryworld.org

Avalum Naanum
Written by Nihal
Published by: Poetry World Org.
Publisher's Address: Haryana
Printed under PWO in India

 Special credits to Dr.Niveditha and Dr.Nitin Chopra.

Cover design: Sabeer Ahamed & Niveditha Preeth

Edition: I (2022)
ISBN (Paperback) - 9789389959116
Book Design by POETRY WORLD

அவளும் நானும்

கற்பனையில் ஓர் காதல்

Nihal

அவளும் நானும்

காதல் எல்லோருக்கும் பொதுவானது தான் ஆனால் அது தொடங்கும் விதமும், தொடரும் பயணமும், முடியும் இடமும், அதைப் புரிந்து கொள்ளும் அறிவும், ஏற்றுக்கொள்ளும் மனதும் ஒவ்வொருத்தருக்கும் வித்தியாசப்படும். அதில் வெற்றி தோல்வி என்று எதுவுமில்லை பெற்றுக் கொண்ட அனுபவத்தை தவிர. காலம் காலமாய் காதலை புனிதமாக்கி காதலிப்போரை கைதிகளாய் கூண்டிலேற்றி தண்டிக்கும் சமூக அமைப்பில் காதலின் சில உணர்வுகளை கவிதைகளாய் உங்கள் முன்.

Nihal

இராமநாதபுரம் மாவட்டத்திலுள்ள புதுமடம் என்கிற கடலோர கிராமத்தில் பிறந்து வளர்ந்து திருச்சியில் பட்டம் பெற்று தற்போது தகவல் தொழில்நுட்ப துறையில் பொறியாளராக வேலை செய்து வருகிறார். பள்ளிப்பருவம் முதலே கதைகள்,கவிதைகள் படிப்பதில் இருந்த ஆர்வம் பின்னர் எழுதுவதற்கும் காரணமாய் அமைந்தது. அதைத் தொடர்ந்து எழுதிய கவிதைகளின் தொகுப்பை அவளும் நானும் என்ற தலைப்பில் முதல் புத்தகமாய் தற்போது வெளியிடுகிறார்.

கடிகாரம் கற்றுத் தந்த பாடம்

கடிகாரத்தைப் பார்த்தபடி அவள்
வருகையை நோக்கி காத்திருந்தேன்
ஓடும் ஒவ்வொரு நொடியும்
என் காதோடு சொல்லிச் சென்றது
நான் கடந்து செல்வதைப் போல் நீயும்
அவளை மறந்து செல் என்று

அறியாமை காதல்

கதிரவன் மீது காதல் கொண்டு

கை கோர்த்திடும் ஆசையில் இன்று

உயிர் உருகி காற்றில் கலந்து

கனவுகள் கொண்டு விண்ணை முட்டியது

மீண்டும் மண்ணையே சேர்வோம் என்பதை அறியா சிறிய
பனித்துளி ஒன்று

புகைப்படம்

தொடுதிரையில் உன் புகைப்படம் பார்த்தேன்

உன் கண்களில் ஈரமடி

அதை துடைத்த பின்னே நான் உணர்ந்து கொண்டேனது

என் கண்களில் வழிந்ததென்று

வெய்யில்

தகிக்கும் சூரியனின் வெய்யில் தாளாமல்
தாவணிக் குடைக்குள் தஞ்சம் புகுந்தேன்
சூரியனுக்கு நன்றி சொன்னவனாக

முற்றுப்புள்ளி

நேர்கோட்டின் இருமுனைகள் போல நீயும் நானும்
விரைவில் சேர்ந்திட வேணும் ஓர் முற்றுப்புள்ளியாக

ஆணாதிக்கம்

ஆணாதிக்க சமூகத்தில் பிறந்ததாலோ என்னவோ

உன்னை வர்ணிப்பதைக் கூட ஓரிரு வரிகளுக்குள்

அடைத்துவிட முயற்சிக்கிறேன்

பிம்பம்

உன் விழித்திரைக்கும் தொடுவில்லைக்குமான தூரத்தில்

சிக்கித்தவிக்கிறது என் பிம்பம்

ஆயிரத்தில் ஒருத்தி

ஆயிரம் இழப்புகளைத் தாங்கி

இறுகிப் போன இதயத்தில்

எனைப் பிரிந்து சென்ற அவளும்

இன்று முதல் ஆயிரத்தில் ஒருத்தியாக

தேர்வறையில் ஓர் திடீர் காதல்

தேர்வறை திறக்கும் முன்னே

தேடி வந்து காத்திருப்பேன்

உன் பின்னே என் இருக்கை

அமைந்துவிட இன்புறுவேன்

எழுதுகோல் எடுத்து வர

வேணுடுமென்றே மறந்திடுவேன்

இரண்டிருக்கும் உன்னிடம்

இரவல் தருவாய் என்னிடம்

காகிதம் நிறப்பிட வார்த்தைகள்

ஆயிரம் இருக்குது மொழியிடம்

இருந்தும் உன் பெயர் எழுதவே

கைகள் என்னைப் பணித்திடும்

காதல் கண்ணை மறைத்திடும்

தெரிந்த பதில் கூட மறந்திடும்

நீ தேர்வெழுதி முடிக்கும் வரை

நேரத்தைக் கடன் வாங்கிக் காத்திருப்பேன்

ஒற்றைக் காகிதம் கூட நிரப்பாமல்

கண்காணிப்பாளர் என்னை

வசைபாடி கடந்து செல்வார்

உனக்கெல்லாம் நூல் எதற்கு என்றபடி

தேர்வு முடிவுகளும் வந்துவிடும்

தேர்ச்சி பெருவாய் நீயதில் முதலிடம்

காதலைப் போல தேர்விலும் – நான்

தோற்றுப் போவேன் திரும்பவும்.

எப்படிச் சொல்வேன் என் காதலை

கானகத்தில் கண்கொள்ளா காட்சி கண்டு கவிபாட

காத்திருக்க

கன்னியவள் கண்முன்னே தோன்றி மறைந்தாள் கானல்

நீராக

வந்த வேலை மறந்தவனாய், அவள் சென்றவழி காலடியைப்

பின் தொடர்ந்தேன்

எழில் கொஞ்சிடும் நீர்வீழ்ச்சி, நீண்டு வந்தவள் காலடியை

முத்தமிட தவமிருக்குது போலும்.

முத்தமிட்டு மோட்சம் பெற்று முத்துக்களாய் சிதறிய துளிகள்

மண்ணில் வீழ்ந்தன விண்ணைத் தொட

சேற்றிலொரு செந்தாமரை போல்

காட்டிலொரு பெண்தாமரையே

மூச்சு விடும் முள்ளைக் கொடியே

தொட்டால் சினுங்கும் பட்டுப் புழுவே

காட்டழகை உன் கட்டழகால் தோற்க்கடித்தவளே

உன் பாதம் தொட்டு பஞ்சாய் தெரித்த நீர்த்துளியுள் என்

உயிர்த்துளியும் ஒருதுளியென நான் எப்படிச் சொல்வேன்

சந்திரனின் ஒளியெதனால் அது சூரியனால்.

அந்தச் சூரியனின் ஒளி இவளின் கண்களினாலோ?

ராகங்களின் பிறப்பிடம் எதுவோ

குழந்தை போலவள் கொஞ்சிப் பேசிடும் குரல்வளை அதுவோ?

கரும்பருத்தி கூந்தலதுவா?

செம்பருத்தி செவ்விதழதுவா?

பச்சரிசி பல் வரிசையதுவா?

வெற்றிலைக் கொடியிடை யதுவா?

வெள்ளரிப் பிஞ்சு விரலதுவா?

காதல் பற்றிழந்த என் நெஞ்சில்

நெருப்பைப் பற்ற வைத்ததெதுவோ?

கலைமான்

புல்வாயின புகழ்மேவிய

கலைமானடி நீயே

சுருள் கொம்பிரண்டு சிரமேற்கொண்ட இரலையடி நானே

விழி மூடி புது வனம் தேடியிருவரும்

புகுவோம் வாடி.

இரலை – என்பது சுருள் கொம்பினை உடைய

ஆண்மானைக் குறிக்கும் சொல்

கலைமான் – பெண்ணையும்

புல்வாய் – இரண்டுக்கும் பொதுவான சொல்

காதல் மலர்

அன்பெனும் மழை பொழிந்து

ஆசை செடி வளர்க்க

மலரும் பூவுக்குள் விதையாக

காதல்

மறுபிறவி

கொய்து கோர்த்து கொலையுண்ட பூக்கள்

அவள் கூந்தலேறி உயிர்தெழுந்து உணர்த்தியது

மலர்களுக்கு மறுபிறவி சாத்தியமென்று

நாணல்

நதியோரம் நடனமாடிடும் நாணலைப் போன்றது

அவளின் நடை

வெட்கம்

அவளின் கண்களும் பரதமாடிடும்

எனைக் காணும் பொழுதெல்லாம்

வெட்கத்தில்

சுடர் விளக்கு

என் உயிர் கொண்டு திரி செய்த காதலென்னும் சுடர்

விளக்கை

நீ எண்ணெய் ஊற்றி எரிய வைப்பது எப்போது

தகுதி

அவள் பிரிவின் மூலம் உணர்த்திச் சென்றாள்

'அன்பை தகுதியானவர்களிடத்தில் வை' – என்று

தொலைபேசி

தூரத்தைக் கடந்து தொலைபேசியில் இணைந்தோம்

ஒளியின் வேகத்தில் கடந்த நேரத்தை மறந்து.

மூடநம்பிக்கை

காக்கை கரையும் போதெல்லாம்

வாசல் வழி யவள் வருகையை எதிர்பார்த்துக் காத்திருப்பேன்.

ஏமாற்றத்தைத் தந்தவள் – என்

மூடநம்பிக்கையை முற்றிலும் ஒழித்தாள்.

பொறாமை

நேரத்திற்கு தான் நம்மீது எத்தனை பொறாமை

•

•

•

•

•

நாம் அருகிலிருக்கும் போது வேகமாகவும்

தொலைவிலிருக்கும் போது மெதுவாகவும் நகர்கிறது

தண்டனை

என் இதயத்தை திருடிச் சென்றதோ நீ

ஆனால், அதற்கு ஆயுள் தண்டனை

அனுபவிப்பதோ நான்

முரண்பட்ட நீதி

அழகு

காதலியும் கானல் நீரும் அழகானதே

தூரத்தில் இருக்கும் வரை

நினைவுகள்

நீ செல்லும் வழியெங்கும்

நினைவுகளாய் நான் இருப்பேன்

(நீ மட்டும் நிம்மதியா இருக்கலாம்னு பாக்குறியா விடமாட்டேன்)

கனவில் அவள்

என் கண்களை தூரிகையாக்கி – கனவில்

உந்தன் உருவம் வரைந்தேன்

கல்லறையில் காதல்

நீ பிரிந்து சென்றாலும்

நம் காதலோடு நான் வாழ்வேன்

என் கல்லறையில்

முத்தம்

அவள் கரம் பிடித்து முத்தமிட எத்தனித்தேன்

வாசனையில் சற்றே மெய் மறந்தேன்

'பிரியாணி' சாப்பிட்டிருப்பாள் போல.

அங்கீகாரம்

என் காதலுக்கு காலம் கடந்த அங்கீகாரம்

என் கல்லறையில் அவள் கண்ணீர் துளிகள்.

சித்திரம்

நான் அசந்த நேரம் பார்த்து – தன்

இதழ்கொண்ட உளியால் என் கன்னத்தில் முதல்

முத்தத்தைச் சித்திரமாய் செதுக்கிச் சென்றாள்.

சிலையாகிப் போனேன் நான் சில நொடிகள்.

கனவு

தூக்கம் தொலைத்தேன் உன்னாலே

மூடிய கண்களுக்குள் நீ மட்டும் கனவாக

•

•

•

•

பேய்_கனவு

காலநிலை மாற்றம்

காலநிலை மாற்றத்தால்

பனிமலை உருகி

கடல்நீர் மட்டம் உயர்ந்ததுவாம்

இங்கு

பனிமலையாய் நான்

காலநிலை மாற்றமாய் நீ

கடல்நீராய் என் கண்ணீர்த் துளிகள்

அமாவாசை

அமாவாசையில் நான் கண்ட

பௌர்ணமி அவள்

கனவுக் காதலி

தேடும் யாவும் கிடைப்பதில்லை

கிடைக்கும் யாவும் நிலைப்பதில்லை

இரண்டுமாய் என் கனவுக் காதலி

ரசத்துவம் - 1

ரசனை இருந்தால் மட்டுமே ரசத்தின் அருமை தெரியும்

என்றாள்

அது இருந்தால் என்றோ நான் தப்பியிருப்பேன் என்றேன்

ரசத்துவம் - 2

ரசத்தை வைத்து ரசனையை சோதிக்கும் ராசாத்தி

அவளிடத்தில்

எப்படிப் புரிய வைப்பேன் – நான்

பிரியாணி பிரியன் என்று

பேராசை

பதினாறும் பெற்று வாழும் ஆசையில்லை எனக்கு

நீயொருத்தி மட்டும் போதுமென்ற பேராசையே போதுமெனக்கு

அழகிப் போட்டி

தினமொரு அழகிப் போட்டி

வெற்றி தோல்வியின்றி

நடந்து முடிகின்றது

கண்ணாடி முன் அவள்...!!

கானல் மழை

காதல் மழையில் நனைந்தேன் ஏனோ

ஈரமில்லை என்மேல் – அது

கானல் மழையென அறியும் முன்னே

கடந்து சென்றாள் அவள்.

மூவர்

இரு சக்கர வாகனத்தில்

மூவர் பயணிக்கின்றோம்

மூன்றாவதாய் நம்மோடு

நம் காதல்

காகிதக் கப்பல்

கரை தெரியாமல் கடலில் தவிக்கும்

மாலுமியாய் நான் – கனமழையில்

சிக்கிச் சிதைந்தது காதலெனும்

காகிதக் கப்பல்

திருமண அழைப்பிதழ்

அவளை எண்ணி கவிதை எழுதி

குப்பையில் போட்ட காகிதங்கள் எல்லாம் மறுசுழற்சி பெற்று

மீண்டும் என்னைச் சேர்ந்தது அவளின் திருமண

அழைப்பிதழாய்

மென்பொருள்

இடைவிடாது என் இதயத்தை

இயக்கும் உந்தன் கண்கள் என்ன

'மென்பொருளா'....?

உனக்காக

எனக்காகவே பிறந்தேன் – ஏனோ

உனக்காகவே வாழ்கிறேன்

கவிக்குறள்

உலகறிந்த அதிசயங்கள் ஏழு – எண்ணற்றது

என்னவள் ஆடைக்குள் ஒளிந்திருப்பது

ஒற்றைப் பனைமரம்

உச்சி வெயிலில் ஓங்கி வளர்ந்த

ஒற்றைப் பனைமர நிழல் போலென்றும் உன்னோடு நான்

இரண்டறக் கலந்திருக்க வேண்டும்

விஷ விதை

நுகர்ந்துணர முடியா துர்நாற்றம் நெஞ்சில்

காதலெனும் விஷ விதையை தூவி யவள்

கடந்து சென்றாள்

உயிர் பிரிந்த உடலாய் அவளைப் பிரிந்த மனது.

காதல் மடல்கள்

எண்ணற்ற தூக்கமில்லா இரவுகளை இரையாக்கி

கடல் போல எழுதிக் குவித்த காதல் மடல்களை

சிறு தீக்குச்சிக்கு இரையாக்கி கடந்து சென்றாள்

எரிந்து போனதோ என் இதயம்.

படகு

கடலோடு மணம் முடித்தும்

கரை மீது கொண்ட முதல் காதலால்

தினம் தவிக்கின்றேன் நான்

கரை தட்டிய படகாய்

இரட்டைக் குடியுரிமை

இரண்டாம் குடியுரிமை உன் இதயத்தில் வேண்டும்

நிரந்தரமாய் நானதில் வாழ்ந்திட வேண்டும்

முதல் குடிமகனாய்

விவாதமேடை

நெறியாளரில்லா விவாதமேடையில்

அவளும் நானும்

விளம்பர இடைவேளை ஏதுமின்றி.

உயிரோவியம்

துயிலுறங்கா தூயவன் தூரிகையின்றி

படைத்தானோ உயிரோவிய மாய்இவளை.

கண் மை

கடல் நீரளவு கவிதை எழுதுவேன்

அவளின் கண் மை கொண்டு

மூடநம்பிக்கை

காக்கை கரையும் போதெல்லாம்

வாசல் வழி யவள் வருகையை எதிர்பார்த்துக் காத்திருப்பேன்.

ஏமாற்றத்தைத் தந்தவள் – என்

மூடநம்பிக்கையை முற்றிலும் ஒழித்தாள்

புதுமொழி

உன் இமையோடு

என் இதழ் பேசிட

முத்தங்கள் அங்கே

மொழியாய் பிறக்கும்.

கருவிலொரு காதல்

துயரப்படாதிரு துணைவியே

உன் விழி வழி என் காதலை

கருவறை நோக்கி அனுப்புகிறேன்

இடையொரு பொழுதில் ஈன்றுவிடாது

காலம் முழுக்க கருவுற்றிரு

நம் காதலையே குழந்தையாக.

மழையும் நானும்

அவள் எனக்கானவளல்ல

என்று தெரிந்த பின்புதான்

அவள் மீதான காதல்

அதிகமானது

497 சட்டவிதி நீக்கத்தின்

நேரடி பயனாளர்கள்

நாங்கள்

– மழையும் நானும்

அழகு

அகராதியில் அழகை சேர்த்த நாள்

அவள் பிறந்தநாள்

இரண்டகம்

இரண்டகம் செய்ததென் மனது

உனை மறந்திட மறுத்து.

சுவாசம்

வீசும் காற்றில் விசம் கலந்தாலும்

சுவாசிக்க மறவேன் நான்

காற்றிலுன் வாசம் உள்ள வரை

நப்பாசை

நீ நாணம் கொண்டு நகம் கடிக்க

உன் இதழ் தொடும் விரலாய்

என் இதழ் மாறிட வேண்டும்.

தனிமை

உலகைவிட்டும் என்னைத் தனிமைப்படுத்திக் கொண்டேன்

உன் நினைவுகளைத் தவிர

ஷிகொரோனா ஷி Covid19

காதலும் கொரோனாவும்

காதலும் கொரோனாவைப் போல

தொற்றிக் கொண்டால் – தனிமை அவசியமாகிறது

பலகீனமானோர்க்கு.

ப்ரேக்கப்

முற்றிய சண்டையின் முடிவில்

செய்யாத தவறுக்குச்

சிறைபட்ட மனதை

விட்டுவிடக் கோரி விண்ணப்பம்

மறுத்துவிட்ட மறுமுனையில்

காதலைத் தூக்கிலிட்டதாகக்

காலையிலொரு குருஞ்செய்தி

நினைவுகள்

அன்று அவள் கூந்தலுக்குள்

ஒளிந்து கொண்ட ஞாபகம்

இன்றோ தனிமையின் இருளில்

நினைவுகளாய் நெஞ்சை சுடும்

காலமெனும் நன்மருந்து

தன்னிலை மறந் துன்னை தனிமையில்
எண்ணி ஏங்கித் தவிக்கிது மனது
வெற்றிடமாய் இருந்தும் கனத்தது இதயம்
விட்டுப் பிரிந்து போன பின்னும்
சுவடு அழிந்து போகவில்லை யெனினும்
மருந்தில்லா காயத்தை ஆற்றிடும் காலமென
பொறுத்திரு மனமே புதுவாழ்வு பிறக்கும்.

பிரிவு

ஏனை நீ பிரிந்த நாள் முதலே – உள்ளம்

தனித்திருக்கப் பழகிக்கொண்டது

உடலுக்குத் தான் இது முதல் முறை

சுவாசிப்பு

காற்றோடு கலந்த காதலை

சுத்திகரித்து சுவாசிக்கிறேன்

தனிமைப்படுத்தலைத் தவிர்க்க.

தடை

உடலுக்கு விதித்த தடையை

உள்ளம் அறியுமா

படிதாண்டக் கூடாதென.

விழிப்புணர்வு

விழித்திருக்கிறேன்

விலகியிருக்கிறேன்

வீட்டிலல்ல கல்லறையில்.

குற்றவுணர்வு

கவிதாங்கிய காகிதங்களைக்

கசக்கி எறியும் போது

கருக்கலைப்புச் செய்ததைப்

போலொரு குற்றவுணர்வு

திரைச்சேலை

குறுகிய பிரிவையும் தாளாது

நீ கொண்ட துயரத்தை

ஜன்னலோர திரைச்சேலை

சொல்லி அழும் – அதில்

காய்ந்து போன உன் கண்ணீர்த்

துளிகளின் வழியே...

பிரியாவிடை

அரிதாகிய மானுடப் பிறவியில்
அறியாசிறு வயதினில் அவளுடன்
புரியாதொரு காதலில் விழுந்துபின்
பிரியாவிடை பெற்றுக் கொண்டோம்.

விளைச்சல்

விதைக்கப்பட்ட யாவும் முழுதாய்

அறுவடை செய்யப்படுவதில்லை

அதிலே முற்றும் முதலானது காதல்

ஆடை

முன்னிரவின் முத்தங்களுக்கு நடுவே

சத்தமின்றி சரிந்து விழுந்தது ஆடை.

இதய திருட்டு

திட்டம் போட்டே

திருடப்படுகின்றது

இதயங்கள்

அதை சட்டம் போட்டு

தடுக்கத்தான்

ஆளில்லை

தனிமை

நொடி பொழுதும்

எனைப் பிரியேன் என்றாள்

சற்றே தள்ளி நின்றபடி

சிரித்து வைத்தது தனிமை

தெருவிளக்கு

பகலில் எரியும்

தெருவிளக்கைப் போல்

பயனற்றுப் போகிறேன்

இரவாய் நீ என்னோடு

இல்லாத நாட்களெல்லாம்.

நிம்மதி கொள்

அறைக்கதவிடம் சொல்லி வைக்கிறேன்

ஆசை மிகுந்த ஆயிரம் கனவுகளை.

உயிரற்ற பொருளிடம் உரையாற்ற வைத்தவளே

உறங்க செல்கிறேன் நிரந்தரமாய்.

நிம்மதி கொள்

லிப்ஸ்டிக்

தேவையறிந்து சேவையாற்றி சிவந்த உதடுகளுக்கு

செயற்கை சாயம் எதற்கு.?

சுழியம்

தனித்திருக்க மதிப்பிழக்கும் சுழியமாய் நான்

இணைத்துக் கொள் இரண்டாவது இலக்கமாய்.

தூக்கம்

கலைந்து போன கூந்தலுக்குள் தேடிப்பார்க்கிறேன்

தொலைந்து போன இரவின் தூக்கங்களை.

புத்தகம்

தேடிக் கிடைக்காத புத்தகம் நீ

வாசிக்க காத்திருக்கிறேன்.

பிம்பம்

தெளிந்த நீரோடையில் விழுந்த பிம்பமாய்
மனதில் நிலைகொண்டு நின்றதவள் முகம்.

ஜோடி

சேர்ந்திருக்கவே படைக்கப்பட்டோம்
தேர்ந்தெடுக்கப்பட்ட இணையாக.

இரவும் இதழும்

நீயும் நானும் சேர்ந்திருக்க

நீளமாகிறது இரவு

இதழு மிதழும் இணைந்திருக்க

ஈரமாகின்றது மனது.

அழகுக் கடை

எல்லைகள் தாண்டி எங்கிருந்து இறக்குமதி

செய்தாய் இத்தனை அழகை.?

கொள்முதல் செய்ய காத்திருக்கிறேன்

எப்போது திறப்பாய் அழகுக் கடையை.?

தொலைந்த இதயம்

தற்கொலைக்கு முயன்று பின் – தொடர்

கண்காணிப்பிலிருந்த இதயம் தொலைந்து

போனது

தேடலின் முடிவில் அவள் திருடிச்சென்றது தெரியவந்தது.

முடிவில்லாத கணக்கு

நட்சத்திரங்களை எண்ணிக் கொண்டிரு – நான்

முத்தக் கணக்கினை முடித்துவிட்டு வருகிறேன்.

ஓய்வு

உதடுகள் ஓய்வெடுக்கு மட்டும்

விரல்கள் விளையாடிக் கொள்ளட்டும்.

விதிவிலக்கு

எண்ணம் போல் அமையாத வாழ்வில்

காதலுக்கு மட்டும் விதிவிலக்கா என்ன.

நாணம்

ஊடலுக்குப் பிறகான கூடலில்

ஓய்வெடுக்கும்படி பணிக்கப்பட்டது நாணம்

பயணம்

நீ தேடி வராத பாதையில் பயணப்படுகிறேன்

மலரினும் மெல்லிய பாதம் கொண்ட பாவையே

பாதையை மாற்றிக்கொள்.

நினைவுக்கசிவு

மூளைக்குள்ளே முன்னால் காதலின் நினைவுக்கசிவு

பலத்த காயங்களுடன் மீட்கப்பட்டது மனது.

பிரிந்த காதல்

இரட்டைக் கோபுரமாய்

இடிந்து போனோம்

இருவரும் பிரிவால்

இருவேறு பாதைகளில்

இப்போது பயணம்

இரண்டும் ஒன்றாய்

இணையும் ஒருநாள்

என்பது மட்டும் நிச்சயம்.

மொழிபெயர்ப்பு

அவள் முத்தங்களை

மொழிபெயர்க்கிறேன்

அத்தனைக்கும்

ஒரே அர்த்தம்

காதல்.

தேநீர் துளி

இளஞ்சூட்டுக் கோப்பையிலவள்
இதழ் வைத்த இடத்தில்
தேங்கி நிற்கும்
தேநீர்த்துளி நான்.

வாசகி

கசக்கி யெறிந்த காகிதத் தொகுப்பின்

ஒற்றை வாசகி யவள்

குப்பைத்தொட்டி.

கல்லணை

கண்ணீரை மறைக்க முயன்று தோற்றுப் போகிறேன்.

கண்களில் கல்லணை கட்டத் தவறிய கரிகாலனாய்.

இரட்டைக்கிளவி

இருவரும் ஒன்றிணைந்து அர்த்தப்படுவோம்

இரட்டைக்கிளவியாக.

இணைகோடுகள்

ஓரே பாதையில் பயணிக்கும் இணைகோடுகளாய்

என்றும் சேராமல்.

மூன்றாம் மனிதன்

எம்மிருவருக்கு மிடையிலான பிரிதலில் என்னை

மூன்றாம் மனிதனைப் போல் கடந்து சென்றாள்

தொடுதிரை

தொடுதிரையில் தினம் வந்து போகிறாள்

தொட்டுப் பேச முயன்று தோற்றுப் போகிறேன்.

புல்லரிப்பு

உயிர்த்தெழ செய்கின்றதென் உரோமங்களை

ஓய்வெடுக்கச் சொல் உன் உதடுகளை.

மதுக்கடை

மூடிய மதுக்கடைகளை திறக்கச் சொல்லி காத்திருக்கிறேன்

எப்போது திறப்பாய் உன் கண்களை?

மின்னல் சிரிப்பு

வெற்றுக்கண்களில் மின்னலைப் பார்ப்பதை தவிர்க்கிறேன்

உன் மின்சாரப் புன்னகையில் தோற்கிறேன்.

உண்மைக் காதல்

உண்மைக்குப் புறம்பான செய்தியொன்று உலவிக்

கொண்டிருக்கிறது

உண்மைக் காதலது ஒருபோதும் பிரியாதென்று.

மதுவும் மாதுவும்

மதுவும் மங்கையு மொன்றுதான் – தன்னை

விரும்பி வருவோரை மதியிழக்கச் செய்வதில்

மந்திர புன்னகை

மந்திர புன்னகையால் மறுசீரமைப்பு செய்கிறாள்

பழுதடைந்த பாவியின் மனத்தை.

குருத்தணு

உருமாற்றிய குருத்தணுவாய் என்னுள்
ஏற்பட்ட காயங்களை ஆற்றிட வா.

மின் சிரிப்பு

மின்சாரமில்லா வீட்டிற்குள் மின்னி மறைந்தது மின்விளக்கு
அவள் சிரித்து முடித்திருந்தாள்.

கொலுசுச் சத்தம்

சத்தமின்றி யுத்தம் செய்ய உத்தரவு

கட்டளையை மீறியது கால் கொலுசு

பனிச்சிற்பம்

உயிர் பெற்ற பனிச்சிற்பமா யவள்

உருகிக் கொண்டிருக்கிறேன் நான்

இரவின் மௌனம்

இரவின் மௌனத்தை கேள்விக்குள்ளாக்கியது காதலில்

உச்சம் பெற்றவளின் சத்தம்

நீரூற்று

கண்ணீரில் கிணற்றை நிரப்பும் ஊற்றாகிறேன்

இயன்ற மட்டும் இளைப்பாறி தாகம் தீர்த்துக்கொள்.

சமூகநீதி

அங்கம் முழுதும் அழகைப் பிரித்துக் கொடுப்பதில்

சாதியப் படிநிலைக்கு சவால் விடும்

சமூகநீதியின் மொத்த உருவாய் இருக்கின்றாய்.

விடுகதை தொகுப்பு

விடைகாண முடியா விடுகதை தொகுப்பாய் இரு கண்கள்

விடை தேடித் தோற்கும் வாசகனாய் நான்.

உயிர்த்தியாகம்

என் காதலுக்காக தினம் உயிர்த்தியாகம் செய்த பூக்களுக்குத்

தெரியாது நீ பிரிந்து செல்வாயென்று.

செய்முறை தேர்வு

முன் அனுபவமற்ற செய்முறை தேர்வின்

முடிவில் இருவருக்கும் வெற்றி நிச்சயம்

சொல்ல மறந்த காதல்

எழுதி முடித்த கவிதைக்கு ஏற்ற
தலைப்பு வைக்க தடுமாறியதே
சொல்ல மறந்த காதல் ஆனது.

தண்டனை

தவறிழைக்கத் தூண்டுகிறாய்
தண்டனையாய் முத்தங்களைத் தந்து

புத்தகப்பை

காதறுந்த பையில் சுமக்கும் பாடப்புத்தகமாய்

காதலறுந்தும் தூக்கி சுமக்கிறேன் உன்னை.

கண்ணீர்த் துளிகள்

என் கண்ணீரை

தன் கண்ணீரால்

மறைத்து சென்றது

மழை மேகம்...

மழைத்துளி

உன் மடி மீது விளையாட முடியாமல் கண்ணீரை

மழையாகப் பொழிகின்றது

இவையேதும் அறியாமல் ரசிக்கின்றேன் மழைத்துளியை

உன் மடியில் என் தலை சாய்த்து

தவிப்பு

சிறகடிக்க நாம்

ஒன்றாய் தானே

கற்றுக் கொண்டோம்

நீ மட்டும் தனியே ஏன்

பறந்து சென்றாய்?

கல்லறைத் தோட்டம்

இறுதியில் என்னைத்
தேடிவருவாய்
என்ற நம்பிக்கை
வீண்போகவில்லை
ஆனால் என்ன
இப்போதும்
எனக்கும் உனக்குமான
இடைவெளியில்
ஏராளமானோர்
சவக்குழியில்.